Usalama Barabarani

Kimetolewa mara ya kwanza mnamo 1994 na
Phoenix publishers Ltd.,
22 Kijabe Street,
S.L.P. 30474-00100,
Nairobi, Kenya.

ISBN 9966 47 215 0

Kimenakiliwa mnamo 2001, 2003, 2005, 2006, 2011, 2016, 2017

Kimepigwa chapa na
Autolitho Limited
Enterprise Road,
S.L.P 73476
Nairobi, Kenya

YALIYOMO

UTANGULIZI

Kuna ajali nyingi za barabarani nchini Kenya. Watoto wanauawa au wanajeruhiwa kwenye barabara. Ajali nyingi za barabarani zinasababishwa na watumiaji barabara wasiotii kanuni za barabarani. Katika kitabu hiki, utajifunza jinsi unatakikana kufanya wakati unapotoka nyumbani kuelekea shuleni au kazini ukitumia barabara. Utajifunza jinsi ya kuvuka barabara kwa usalama na jinsi ya kuwa na adabu kama mtembeaji kwa miguu katika hali tofauti barabarani. Vilevile utajifunza jinsi unatakiwa kuwa na adabu ukiwa kama abiria; kuendesha baiskeli kwa usalama; kile kinachosababisha ajali za barabarani; na njia za kuepukana na ajali hizo, na kuhusu huduma ya kwanza katika hali ya ajali. Mwisho, utajifunza kuhusu kutekeleza kanuni za sheria za barabarani.

Shukrani

Toleo hili limechapishwa kutokana na msaada wa wakf wa *Friends of the Book (Marafiki wa Kitabu)*. Malengo ya wakf wa *Friends of the Book* ni kuondoa upungufu wa vitabu katika Afrika Mashariki. Wakf wa *Friends* husaidia katika uchapishaji wa vitabu muhimu juu ya masuala yenye maslahi kwa taifa, ambavyo havingechapishwa bila usaidizi. Wakf huu utavichapisha vitabu kwa kuyatumia makampuni mengi yenye sifa nzuri ya Afrika ya Mashariki.

Katika Kenya, kazi ya wakf wa *Friends* imefanikishwa na misaada kutoka shirika la Canada la CIDA (Canadian International Development Agency, wakf wa Rockfeller (The Rockfeller Foundation) pamoja na wakf wa DOEN (DOEN Foundation, The Netherlands).

1. KUTEMBEA KWA UPANDE UNAOFAA KWENYE BARABARA

Unatakiwa kila mara kutembea kwa upande unaofaa kwenye barabara. Tazama picha hii.

Hawa ni watoto ambao wanatembea kando ya barabara. Wako kwenye upande unaotakiwa. Wanaweza kuyaona magari yanayokuja upande wao.

Wakati mwingine, huwa kuna kijia kilichojengwa kandokando ya barabara, ambacho unaweza kutumia unapotembea.

Tazama picha hii.

Kuna barabara mbili hapa. Magari yanaenda tu upande mmoja. Kuna kijia cha kutumiwa na wanaotembea kwa miguu. Unapotumia kijia, usitembee karibu sana na barabara. Kumbuka kutumia kijia tulichokitaja kwa uangalifu.

Ajali zinaweza kutokea kwenye kijia hiki kwa kuwa wakati mwingine, waendeshaji wa baiskeli pia hutumia kijia hicho. Unatakiwa kila mara kutembea kwa uangalifu, ili kuepukana na ajali.

KAZI YA KUFANYA

Toa sababu mbili za kuonyesha umuhimu wa kutembea kwa upande unaofaa kwenye barabara.

2. KUVUKA BARABARA

Je, mwanafunzi, unavuka barabara mara ngapi unaposafiri kuelekea shuleni kila siku? Wengi wetu tunavuka barabara mara nyingi kila siku. Lazima tuwe waangalifu tunapovuka barabara. Tunatakiwa pia kuvuka barabara kwa njia nzuri.

Tazama picha hizi.

Simama kando ya barabara.

Tazama upande wa kulia—kuna magari yanayokuja?

Tazama upande wa kushoto — kuna magari yanayokuja?

Tazama upande wa kulia tena — kuna magari yanayokuja?

Ikiwa hakuna magari yanayokuja, tembea moja kwa moja na uivuke barabara. Lakini usikimbie.

KAZI YA KUFANYA

Kwa nini ni muhimu kutazama upande wa kulia kwanza, halafu upande wa kushoto, kisha upande wa kulia tena, kabla ya kuvuka barabara?

3. TAA ZA TRAFIKI

Tazama picha hii.

Taa za trafiki zinapatikana katika miji mikubwa. Sehemu hizi ni pahali salama pa kuvuka barabara. Wakati taa inapoonyesha mtu mwekundu, usivuke barabara. Lakini wakati taa inapoonyesha mtu rangi ya kijani kibichi, vuka barabara. Lakini kumbuka kuwa usikimbie. Kuvuka barabara vizuri mahali kwingi kunakusaidia kujiepusha na ajali nyingi ya barabarani.

KAZI YA KUFANYA

Taja mahali kuwili ambako hutakiwi kuvuka barabara.

4. HATARI ZINAZOWEZA KUTOKEA KUTOKANA NA KUCHEZA KWENYE BARABARA

"'Watoto wengi wanajeruhiwa kwenye barabara kila mwaka kwa sababu wao hawajui jinsi ya kuwa na adabu wakati wanapokuwa karibu na barabara. Majeraha haya yanaweza kuepukwa ikiwa kila mtu atafahamu jinsi ya kuwa na adabu akiwa karibu na barabara.
Tazama picha hii.

Ni hatari kucheza kwenye barabara kwa sababu madereva wengi wanaoendesha magari kwa kasi wanaitumia barabara hiyo, na mtu anaweza kujeruhiwa au kuuawa.

Ikiwa mpira wako umeingia kwenye barabara, chunguza pande zote, kabla ya kukimbia kwenye barabara kuuchukua huo mpira.

Ikiwa kuna gari linalokuja, ngojea lipite kwanza. Kukiwa hakuna gari jingine linalokuja, unaweza kuuchukua mpira wako kwa haraka.

Ni salama kucheza nyuma ya nyumba yenu au katika kiwanja cha kuchezea mpira kilicho karibu nawe.

Tazama picha hii.

Je, ni vizuri kwa wasichana kufukuzana wakielekea kwenye barabara? Ni kitu gani kitatokea kwao? Si salama kufukuzana kuelekea kwenye barabara, unaweza kugongwa na gari au baiskeli.

Wakati unapocheza, huwezi kusikia gari au baiskeli ikija, kwa sababu huenda ukawa unacheka kwa sauti ya juu na usiisikie. Unatakiwa kucheza kila mara mahali gani?

Mambo mengine ambayo hutakiwi kuyafanya kwenye barabara ni haya yafuatayo.

- Usiondoke kwenye kijia kuelekea kwenye barabara bila kutazama pande zote kwa uangalifu,

- Usisimame mahali ambapo huwezi kuonekana na waendeshaji magari au waendeshaji baiskeli,
- Wakati unapotembea au unapotoka shuleni ukiwa na marafiki zako, usisimame kwenye barabara. Ondoka kwenye barabara kabisa, kwa sababu huenda ikawa usilione gari, au baiskeli ikija.

KAZI YA KUFANYA

Kwa nini si salama kucheza kwenye barabara?

5. MATUMIZI YA MATATU NA MABASI KWA USALAMA

Matatu na mabasi ni muhimu kwa shughuli za uchukuzi. Vyombo hivi husafirisha watu na mizigo kutoka sehemu moja hadi nyingine.

Tazama picha hii.

Sasa Mwangi na Mukisa wanangojea basi katika kituo cha basi.

Kwa nini watu wanatakiwa kungojea mabasi na matatu katika kituo cha basi?

Huko kuna nafasi ya kutosha na watu wanaweza kuingia ndani ya basi kwa njia salama.

Tazama picha hii.

Picha hii inaonyesha Mwangi na Mukisa wakiabiri basi. Walingojea hadi wakati basi lilipokuwa limesimama. Usiabiri matatu au basi likiwa mwendoni.

Unaweza kuanguka chini na kuumia. Gari jingine linaweza kukugonga. Usipande basi au matatu iliyojaa watu wengi. Ikiwa hakuna mahali pa kukaa katika matatu ngojea basi au matatu nyingine ambayo haikujaa sana watu.

Kwa nini si vizuri kuabiri basi au matatu iliyojaa watu wengi?

Tazama picha hii.

Wakati unapokuwa ndani ya basi au matatu, hakikisha kuwa umezingatia mambo yafuatayo:

Jiepushe na kuweka sehemu za mwili wako nje ya matatu au basi,

- Jiepushe na kufungua milango,
- Jiepushe na kuegemea kwenye mlango wakati basi au matatu iko mwendoni,
- Usisimame kwenye vipandio vya mlango,
- Usiende kwa dereva na kuanza kumsemesha, huku gari likiwa mwendoni,
- Usimpigie mayowe utingo au kumzungumzia kwa sauti ya juu, kwa sababu jambo hili linaweza kumfanya dereva asizingatie kazi yake, hivyo basi kusababisha ajali,
- Ni adabu nzuri kumpatia kiti mtu anayekuzidi kwa umri, mama walio wajawazito, au walio na watoto, na vilema,
- Unaposimama ndani ya basi zinazohudumu katika sehemu za mijini, shikilia chuma kilicho juu vizuri, usije ukaanguka,
- Uvutaji wa sigara katika mabasi na matatu umekatazwa kwa mujibu wa sheria za nchi hii. Ukimwona mtu anavuta sigara, usimkaribie. Sigara ina madhara mabaya kwa afya ya binadamu.

11

Tazama picha hii.

Hapa Mukisa na Mwangi wanashuka kutoka kwenye basi.

Je, unatakiwa kufanya nini kabla ya kushuka kutoka kwenye basi?

Wakati unapokaribia kushuka kutoka kwenye basi katika kituo cha basi kinachofuatia, finya kidude cha kengele au mwambie utingo kwamba unataka kushuka hapo. Ngojea kidogo. Usishuke kutoka kwenye basi au matatu ikiwa ingali mwendoni.

Likiwa basi lina milango miwili, tumia mlango wa mbele.

KAZI YA KUFANYA

1. Toa sababu mbili za kuonyesha kwamba si salama kusimama kwenye vipandio vya mlango wa gari au matatu.

2. Kwa nini unatakiwa kujiepusha na kuweka sehemu za mwili wako nje ya matatu au basi?

6. KANUNI ZA KIMSINGI KWA WAENDESHAJI MAGARI

Tukio la Ajali

Katika picha hii Kipsang alikuwa akichunga mifugo ya baba yake. Mifugo hao walikuwa wakielekea mtoni. Walikuwa wakivuka barabara kwenye sehemu iliyopinda kona. Bw. Chege, ambaye alikuwa akiendesha gari lake kutoka Rumuruti, anaona mifugo hao kwa ghafla. Anajaribu kukanyaga breki, lakini mmoja wa mifugo hao, yaani ndama, anagongwa mguu na kulala yombo mbele ya gari.

Gari la Bw. Chege linaharibika kidogo, lakini ndama yule anatibiwa katika zahanati ya mifugo iliyo karibu na kupelekwa hadi nyumbani. Bw. Chege alikuwa amevaa ukanda wa usalama. Ukanda huu ulimsaidia sana asipate majeraha.

Mchungaji ana hofu nyingi, lakini punde si punde, polisi

wanawasili kutoka kituo cha polisi cha Nanyuki na gari lao. Maofisa hao wa polisi wanaongozwa na Inspekta Okode. Punde tu baada ya kuwasili mahali pa ajali, Inspekta Okode anamhoji Bw. Chege kuhusu ajali hiyo. Inspekta Okode pia anamzungumzia Kipsang, ambaye ni mchungaji.

Yafuatayo ndiyo mazungumzo yanayotokea:

INSPEKTA OKODE: [*Anawasili mahali pa tukio la ajali, anatazama huku na huko, halafu anamwendea dereva wa gari na abiria*).

Dereva wa gari hili yuko wapi?

CHEGE: Mheshimiwa, niko hapa.

OKODE: Jina lako ni nani?

CHEGE: Mimi naitwa Jimmy Chege, kutoka Nairobi, na ninaelekea Nanyuki, kukutana na familia yangu: mke wangu na watoto wetu wawili.

OKODE: Bwana Chege, tafadhali nielezee hasa kilichotokea.

(*Anamwita dereva wake ili apeleke ndama aliye-gongwa katika zahanati ya mifugo iliyo karibu, kupata matibabu.*)

CHEGE: Nilipokuwa nikiendesha gari, kwa ghafla nilikutana na mifugo hawa wakivuka barabara. Sikutarajia kukutana na mifugo wakivuka barabara mahali hapa. Lakini, nilipoona hawa mifugo, nilijaribu kila niwezalo kuhepa kumgonga mmoja wao. Ndama huyu aliyelala yombo hapa, alitokea kwa ghafla mahali pasipojulikana na siwezi kujua kilichotokea. Nasikitika sana, Mheshimiwa.

OKODE: {*Anatazama huku na huko na mara anamwona mchungaji Kipsang.*)

Wewe! Wewe! Njoo hapa. Wewe ndiye uliyekuwa ukichunga mifugo hawa? Jina lako ni nanl?

KIPSANG: Mimi ni Kipsang mtoto wa Arap Sigei. Hawa ni mifugo wa baba yangu. Kila mara huwa nawa-peleka mtoni wakati kama huu.

OKODE: (*Anaonesha kwa kidole alama ya barabara*). Bwana Chege, hiyo ishara ya barabarani inakuonya dhidi ya nini?

14

CHEGE:	Inanionya dhidi ya hatari mbele yangu, yaani kule mbele kuna ng'ombe wanaovuka barabara.
OKODE:	Wapi leseni yako ya kuendesha gari?
CHEGE:	Iko hapa, Mheshimiwa.
OKODE:	Je, ni halali?
CHEGE:	Ndio, Mheshimiwa.
OKODE:	Hebu niione?
	Gari lako limewekewa bima?
	(*Okode baadaye anakagua ikiwa karatasi zile ni halali na halafu analikagua gari.*)
CHEGE:	Mheshimiwa, ni kosa langu kumgonga ndama huyu. Mchungaji alikuwa na makosa pia.
OKODE:	(*Anamwita mchungaji, Kipsang*) Kipsang, nieleze kile kilichotokea.
KIPSANG:	Mheshimiwa, hawa mifugo walikuwa wakivuka barabara, wakati mtu huyu alipotokea kwa ghafla na kugonga ndama wangu, aliyeondolewa sasa hivi.
OKODE:	Bwana Chege unafahamu vizuri alama na ishara za trafiki, ama sivyo?
CHEGE:	Ndio, nazifahamu. Lakini nasikitika kwamba sikuweza kuiona alama inayoonyesha ' *Ng'ombe wanavuka barabara kule mbele*'. Nilitakiwa kwenda polepole.
OKODE:	Bwana Chege, wewe ni mtu mwenye bahati sana. Ungaliiua familia yako yote. Unajua kuwa unatumia barabara iliyo na sehemu nyingi zilizopinda. Ulikuwa unaendesha gari lako kwa mwendo wa kilomita ngapi kwa saa?
CHEGE:	Sikuwa naendesha gari kwa kasi, Mheshimiwa. Nilikanyaga breki, lakini hazikushika.
OKODE:	Hicho kisiwe ni kisingizio. Gari lolote likiwa barabarani linatakiwa kuwa na:

— Breki zinazofanya kazi

— Usukani ulio katika hali nzuri

— Mipira ya magurudumu iliyo katika hali nzuri

— Milango na madirisha yaliyo katika hali nzuri

— Taa na mfumo wa kuonya ulio katika hali nzuri

— Bima

— Leseni

— Kisanduku cha huduma ya kwanza.

CHEGE:	Ndio, Mheshimiwa.
OKODE:	Bwana Chege, je gari lako limewekwa mikanda ya usalama?
CHEGE:	Ndio, Mheshimiwa; mke wangu na mimi tumekuwa tukitumia mikanda hiyo ya usalama kwa muda mrefu.
OKODE:	Nyinyi nyote mna bahati kuwa na mikanda ya usalama. Mikanda ya usalama humshikilia dereva na abiria vizuri dhidi ya miondoko yoyote. Kwa mfano, wakati unapokanyaga breki kwa ghafla, mikanda ya usalama hukuzuia kupata majeraha na hata kifo.
CHEGE:	Ndio, Mheshimiwa.
KIPSANG:	(*Kwa Inspekta*) Mheshimiwa, sijui jambo la kumweleza baba yangu kuhusu yule ndama."
OKODE:	Naweza kumwona, dereva wangu akija. Hebu tusikie yale ambayo atatwambia.
DEREVA WA OKODE:	Nimemleta ndama, Mheshimiwa. Daktari wa mifugo amesema kuwa ndama alikuwa na majeraha madogo kwenye mguu wa nyuma. Aliyatibu majeraha.
OKODE:	Hivyo ni vizuri. Bwana Chege, ni muhimu kwa waendeshaji magari kuwa katika hali ya tahadhari wahapokuwa kwenye barabara. Lazima mfikirie wale watumiaji barabara wengine; kama watoto, wazee, wasiojiweza, na hata wanyama.
	(*Kwa Kipsang*) Na wewe kijana. Unatakiwa kujua kwamba mifugo walio kwenye barabara wanaweza kuwa hatari kwa watumiaji wengine wa barabara. Hata ingawa alama ya barabara inakuruhusu kuvusha mifugo wako, unatakiwa kukadiria mwendo wa magari

yanayokuja. Bwana Chege, utaandamana nami hadi kituo cha polisi kuandikisha taarifa kuhusu tukio hili.

KAZI YA KUFANYA

1. Chora tukio la ajali linaloonyesha jinsi kila mojawapo ya haya linaweza kusababisha ajali.
    (a) Dereva asiyejali/asiye mwangalifu,
    (b) Gari lililo na hitilafu,
    (c) Hali mbaya ya barabara,
    (d) Mtembeaji kwa miguu asiyejali,
    (e) Gari lililojaa sana.
2. Andika insha fupi juu ya ajali ambayo umewahi kuiona.
3. Alama zifuatazo zinaonesha nini?

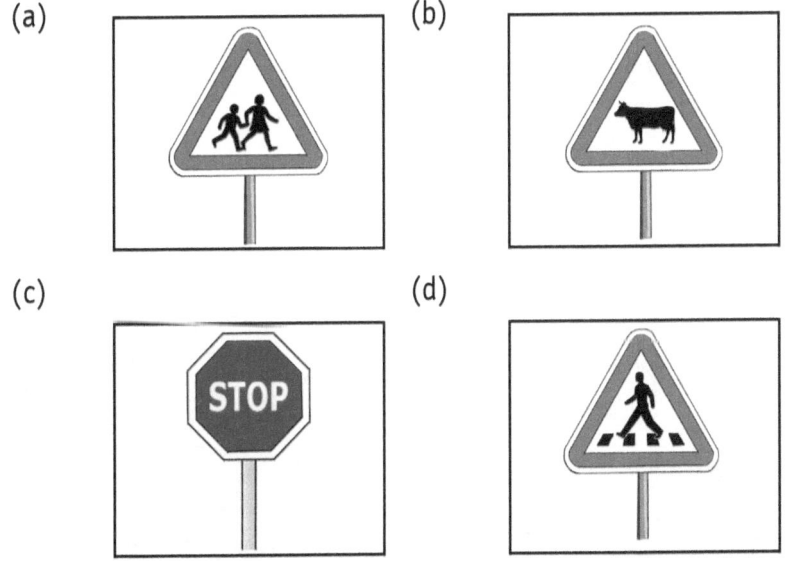

4. Ni kanuni gani ya trafiki ambayo ni lazima mwendeshaji gari lolote apaswa kuitii?
5. Kwa nini ni vibaya kuharibu alama za barabarani?

7. AJALI ZA BARABARANI

Watu wanasafiri kutoka mahali fulani kwenda mahali kwingine wakitumia barabara. Wakati mwingine wanatumia baiskeli na wakati mwingine wanatumia magari.

Ajali zinaweza kutokea kwenye barabara hizi. Ajali hizi zinaweza kusababisha majeraha, vifo kwa watu, na wakati huo huo, uharibifu kwa magari.

Ni muhimu kutumia barabara vizuri ili kujiepusha na ajali za barabarani.

Je, umewahi kuona ajali yoyote ya barabarani?

Uliiona wapi?

Kuna mtu yeyote aliyejeruhiwa?

Wewe ulifanya nini?

Aina za Ajali Barabarani

Kuna ajali nyingi za barabarani. Baadhi ya hizi ajali ni:

(a) GARI KWA GARI

(b) GARI MOJA

Katika aina hii ya ajali, gari moja linahusika, kwa mfano kupinduka-pinduka, kugonga kitu, n.k.

(c) GARI NA MTEMBEAJI KWA MIGUU

Katika ajali hii, gari linamgonga mtembeaji kwa miguu.

(d) GARI NA MNYAMA

Hii ni ajali inayohusisha gari na mnyama

(e) GARI NA MWENDESHAJI BAISKELI

Hii ni ajali inayohusisha gari na mwendeshaji baiskeli.

(f) BAISKELI NA MTEMBEAJI KWA MIGUU

Katika ajali hii, mtu anayeendesha baiskeli na mtu anayetembea kwa miguu wanahusika.

(g) GARI LA KAWAIDA NA GARI LA MOSHI, YAANI TRENI

Hii ni ajali inayohusisha gari la kawaida na gari la moshi, yaani treni.

Taja aina nyingine za ajali.

Vianzo vya Ajali Barabarani

Ajali za barabarani hutukia kwa sababu ya kufanya kosa. Hazitokei bure tu, bila sababu. Ajali inaweza kusababishwa na dereva, abiria, watembeaji kwa miguu, kasoro ndani ya gari, au barabara yenyewe.

Tazama picha hii.

Andika na Nyareso walikuwa wakienda nyumbani kutoka shule. Walikuwa wanazungumza wao kwa wao na wakasahau kusimama kando ya barabara kuona kama kulikuwa na gari lolote linalokuja. Walipokuwa wakivuka barabara, gari lilikuja huku likiwa linakwenda kwa kasi kweli kweli. Dereva wa gari hilo aliwaona alipokuwa hatua chache karibu nao na akakanyaga breki kwa ghafla, ili kujiepusha kuwagonga.

Unafikiri ni kitu gani kingetukia kwa Adika na Nyareso endapo dereva hangejiepusha kuwagonga?

Ajali Zinazosababishwa na Madereva

Madereva wanaweza kusababisha ajali kwa njia nyingi. Baadhi ya njia hizo ni:

(a) kuendesha gari kwa kasi,

(b) kuendesha gari bila kujali,

(c) kutozingatia kanuni za trafiki,

(d) kuendesha gari akiwa mlevi,

(e) kuendesha magari yaliyo na hitilafu,

(f) kuendesha gari kwenye barabara mbaya, kama vile barabara iliyo na pindu kali, barabara nyembamba, n.k.

Ajali zinazosababishwa na Watembeaji kwa Miguu na Abiria

Wakati watoto wanasafiri, wakiwa abiria au watembeaji kwa miguu, wanaweza kusababisha ajali kwa:

(a) kukimbia bila kujali kuelekea barabarani,

(b) kutembea au kuendesha baiskeli bila kujali kwenye barabara,

(c) kuruka kwenye gari au nje ya gari likiwa linakwenda,

(d) kuweka sehemu za mwili nje wakati gari linapotembea,

(e) kuingia ndani ya gari ambalo tayari limejaa watu,

(f) kutupa vitu kwenye barabara, kama vile mawe, magogo, na vyombo vyenye makali.

Ajali Zinazosababishwa na Hali Mbaya ya Barabara

Hali mbaya ya barabara inaweza kusababisha ajali, kwa mfano:

(a) BARABARA ZINAZOTELEZA.

Barabara zinazoteleza zinaweza kufanya gari kuteleza na kupinduka, au kugonga gari jingine, au kugonga mtembeaji kwa miguu.

(b) BARABARA ZENYE VUMBI

Barabara zenye vumbi zinaweza kusababisha ajali. Jambo hili hutokea wakati madereva hawawezi kuona vizuri mbele kutokana na vumbi linalotolewa na magari yaliyo mbele yao. Katika hali kama hii, ajali inaweza kutokea kwa urahisi.

(c) MASHIMO BARABARANI NA MIINUKO KWENYE BARABARA

Mashimo kwenye barabara na pia miinuko kwenye barabara inaweza kusababisha ile hali ya dereva kutoweza kushika usukani wa gari au baiskeli, hivyo basi kusababisha ajali. Wakati waendeshaji magari wanapojaribu kuhepa haya mashimo, wanaweza kujikuta wakigonga gari jingine au mtembeaji kwa miguu.

(d) KONA KALI KWENYA BARABARA

Kona kali kwenye barabara inaweza kufanya magari kuteleza na kupinduka, wakati mtu anajaribu kupita na hata kuzunguka kona hiyo.

Watumiaji wa barabara wote wanatakiwa kuzingatia alama za barabara ambazo zinawaonya juu ya hali ya barabara wanayoitumia na hivyo basi kuwa katika hali ya tahadhari ili kuepuka ajali.

Taja vitu vingine vinavyosababisha ajali za barabarani.

Ni kwa njia gani ajali za barabarani zinaweza kudhuru uchumi wetu?

KAZI YA KUFANYA

- Watu ni mali asili muhimu. Wanakuza vitu kama vyakula na kutoa huduma muhimu.

- Magari yanaharibiwa wakati wa ajali za barabarani. Hayo magari yananunuliwa kwa pesa nyingi.

- Watu wengi wanajeruhiwa wakati wa ajali za barabarani. Watu hawa hupelekwa hospitali na hutibiwa. Madawa yananunuliwa kwa pesa.

Taja madhara mengine ya ajali za barabarani kwenye barabara zetu.

Ni kwa njia gani ajali za barabarani zinaweza kudhuru uchumi wetu?

8. JINSI YA KUZUIA AJALI ZA BARABARANI

Kuna njia nyingi za kuzuia ajali za barabarani.

(a) WAKATI UNAPOTEMBEA KWENYE BARABARA
- Zingatia kanuni za trafiki,
- Jiepushe na kucheza kwenye barabara au kando ya barabara,
- Jiepushe na kuweka vitu kwenye barabara,
- Jiepushe kutupa vitu kwenye barabara au upande mwingine wa barabara,
- Kuwa mbali na barabara,
- Tumia sehemu zilizotengwa kwa kuvukia barabara, k.m. vivuko vya binadamu, njia zilizotengenezwa chini ya barabara, daraja za miguu.

(b) KAMA ABIRIA
- Jiepushe na kushuka au kuingia gari linalotembea,
- Jiepushe na kuweka sehemu za mwili, k.m. mkono au kichwa nje ya gari linalotembea,
- Jiepushe na kucheza na vidude vya gari, k.m. kujaribu 1 kuliwasha,
- Jiepushe na kufungua milango au kuegema kwenye mlango, wakati gari linapotembea,
- Usisimame karibu na mlango wa gari unaposafiri,
- Tumia mikanda ya usalama, ikiwa ipo,
- Baada ya kushuka kutoka kwenye gari, tazama pande zote kabla ya kuvuka barabara. Lakini usikimbie,
- Jiepushe na kusafiri ndani ya gari lililojaa sana watu.

(c) KAMA MWENDESHAJI WA BAISKELI
- Usitumie baiskeli ambayo haiko katika hali nzuri ya kutumiwa, k.m. bila breki au taa usiku, kengele isiyofanya kazi, tairi zilizoisha,
- Kila mara tumia upande wa barabara unaofaa,
- Wacha hatua za kutosha baina yako na mwendeshaji baiskeli aliye mbele yako,

- Usiendeshe baiskeli bila kujali,
- Jiepushe na waendeshaji magari pamoja na watembeaji kwa miguu ambao wanaweza kuwa na tabia ya kutojali.

Waendeshaji wa magari wanahitajika kufuata kanuni hizo hizo. Wakati utakapokuwa dereva, baadaye katika maisha yako, kila mara uzingatie kanuni za barabara.

Jambo la Kufanya Wakati Ajali Inapotukia

Katika hali ya ajali, unatakiwa kujaribu kupeana usaidizi wowote kadiri ya uwezo wako. Jambo hili lazima lifanywe haraka iwezekanavyo, kwa sababu unaweza kuokoa maisha ya watu ambayo ni yenye thamani.

HIVI NDIVYO UNATAKIWA KUFANYA WAKATI AJALI INAPOTUKIA

(i) Tambua aina ya ajali yenyewe,

(ii) Nambari ya usajili wa gari lililohusika,

(iii) Tambua watu waliohusika,

(iv) Tafuta msaada kutoka kwa watu wazima walio karibu,

(v) Pasha habari maafisa wa polisi kuhusu hiyo ajali,

(vi) Kuwa tayari kupokea kazi yoyote utakayopewa na watu wazima, k.m. kutahadharisha magari mengine kuhusu ajali,

(vii) Ikiwa hutoi msaada wowote, usisimame karibu na mahali pa tukio la ajali,

(viii) Simama hatua kadhaa mbali ili kujiepusha kuyazuia magari mengine,

(ix) Wahimize watu wengine kusimama mbali na mahali pa tukio la ajali,

(x) Usijaribu kutatiza ushahidi wowote ambao ungetakiwa na polisi,

(xi) Usichukue kitu chochote kutoka kwenye mifuko ya mtu aliyehusika katika ajali au mahali pa tukio la ajali. Ni maafisa wa polisi pekee ambao wanaruhusiwa kukusanya vitu kutoka mahali pa tukio la ajali.

9. HUDUMA YA KWANZA KATIKA HALI YA AJALI

Ajali nyingi huishia kwa kupoteza maisha ya watu. Baadhi ya maisha hayo yanaweza kuokolewa, ikiwa watu wangekuwa na elimu juu ya Huduma ya Kwanza.

Huduma ya Kwanza ni Nini?

Huduma ya kwanza ni huduma inayopewa mtu aliyejeruhiwa au mtu mgonjwa, kabla ya mtu huyo kupelekwa katika kituo cha afya.

Kwa Nini Huduma ya Kwanza Itolewe?

Huduma ya kwanza hutolewa ili:

(i)   kuokoa maisha,

(ii) kupunguza uchungu na kuteseka,

(iii) kuharakisha uwezo wa mgonjwa kupona.

Kazi za Mtu Anayetoa Huduma ya Kwanza ni:

(i)   kutambua hali ya ajali,

(ii) kutambua matatizo ya mtu aliyejeruhiwa, k.m. kuvuta hewa, kutiririka kwa damu, kuungua na kuchomeka,

(iii) kuamua aina ya huduma ya kwanza itakayohitajika.

Jambo la Kufanya Wakati wa Hali ya Ajali

(i)   Kuwa mtulivu wakati wa kutoa Huduma ya Kwanza, ili kujiepusha kumfanya mgonjwa mahututi kuwa na wasiwasi.

(ii)   Mfanye mgonjwa mahututi ajisikie yuko katika hali tulivu.

(iii) Usimpatie kitu chochote mdomoni mgonjwa mahututi aliyepoteza fahamu.

(iv)   Mtunze mgonjwa mahututi kwa uangalifu.

(v)   Mwache mgonjwa mahututi akuambie jinsi angetaka kushikiliwa, ikiwa amepata fahamu.

Jinsi ya Kuokoa Maisha

Hakikisha kwamba mgonjwa mahututi anavuta pumzi. Ikiwa mgonjwa mahututi havuti pumzi na unadhani si maiti, fanya mambo yafuatayo:

- itisha msaada haraka,
- hakikisha kwamba mgonjwa anaweza kuvuta pumzi kwa urahisi,
- ondoa kitu chochote kilichokwama mdomoni au kooni.
- vuta ulimi mbele na uondoe makamasi yoyote kwa haraka,
- mlaze mgonjwa akiangalia juu; geuza kichwa chake, kiangalie juu na uvute utaya wake mbele ili kumwezesha kuvuta pumzi kwa urahisi,
- legeza nguo kwenye shingo na kiuno,
- tekeleza uvutaji wa hewa na mdomo kwa mdomo (mwalimu wako atakuonyesha jinsi ya kufanya hivyo),
- mlaze mgonjwa katika hali ya kumfanya kupona, kama inavyoonyeshwa katika picha iliyo hapa chini:

Tazama picha hii.

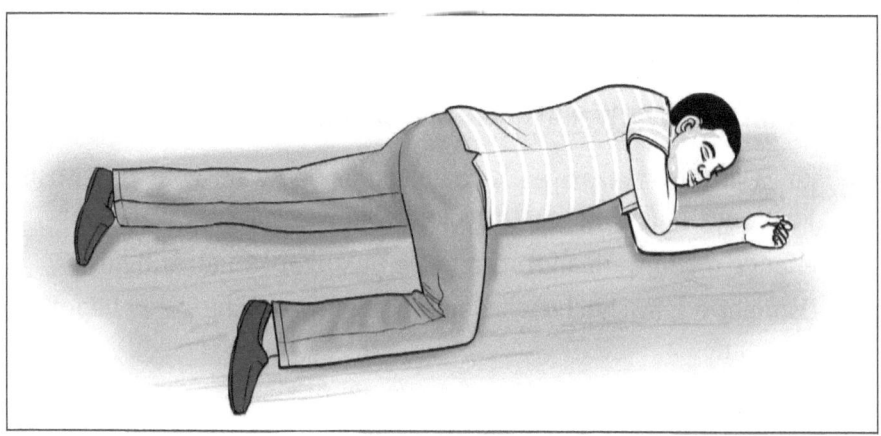

Mtu anapohusika katika ajali ya barabarani anaweza kuumia kutokana na haya:

- mshtuko (mgatasho),
- kuvuja damu,
- mifupa iliyovunjika.

Taja jeraha lolote linaloweza kutokea kwa sababu ya ajali yoyote ile.

MATIBABU YA MSHTUKO

(i)   Mfanye mgonjwa mahututi alale chini huku kichwa chake kikiwa chini kuliko mikono yake.

(ii) Legeza nguo zake.

(iii) Ikiwa analalamika juu ya kiu, mmwagilie maji kidogo kwenye kinywa.

(iv) Mfunike, ikiwa anahisi baridi.

JINSI YA KUZUIA KUVUJA KWINGI KWA DAMU

(i)   Finya moja kwa moja ukitumia kipande safi cha kitambaa au mkono safi.

(ii) Inua juu sehemu inayovuja damu na uiweke juu ya mtoto wa meza au kipande cha gogo la mti.

(iii) Funga mahali palipo na jeraha kwa kitambaa safi.

(iv) Itisha msaada.

Kumbuka kuwa mtu yeyote aliyejeruhiwa, lazima apelekwe hospitali kwa matibabu zaidi, ili kuzuia ugonjwa wa pepopunda.

Usitumie mchanga, mafuta ya taa, sukari au chumvi kwa kuzuia kuvuja kwa damu, kwa sababu unaweza kusababisha ambukizo la ugonjwa.

JINSI YA KUSHUGHULIKIA MIFUPA ILIYOVUNJIKA

Tazama picha hii.

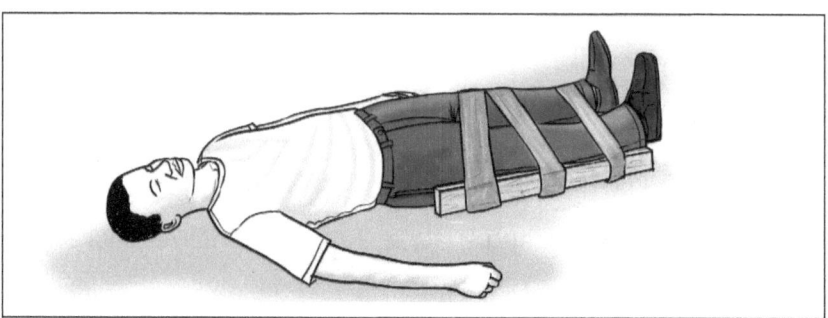

Mifupa iliyovunjika inatakiwa kushughulikiwa na maafisa wa afya au mtaalamu mwingine yeyote yule. Kufanya hivyo ni kujiepusha na kule kusababisha madhara mengine kwa mfupa au sehemu nyingine za mwili.

Usimwondoshe mtu aliyepata majeraha. Tumia mojawapo ya vitu vifuatavyo, ili kufanya mifupa kutozunguka:

(i)   vipande vya miti,

(ii) maganda ya miti,

(iii) vipande vya kadibodi.

KUMFANYA MGONJWA MAHUTUTI KUTOHISI MACHUNGU

(i)   Mhimize mgonjwa mahututi kuwa mtulivu kwa kumpatia mawazo ya kumfanya awe hivyo.

(ii) Mpeleke kwenye hospitali iliyo karibu.

(iii) Ikiwa kuna mahali ameungua na kuchomeka, mmwagilie maji safi ili kufanya mahali hapo pas iwe moto.

(iv) Ikiwa hakuna vifaa vya huduma ya kwanza, tumia vifaa vyovyote vile vilivyo karibu, k.m. tai, mishipi, vitambaa vya mifuko, viwe kama bandeji.

(v) Tumia vipande vya mbao, vijiti, miavuli, ili kufanya mifupa iliyovunjika kuwa pamoja.

(vi) Tumia blanketi, nguo nzito, kama koti, iwe kama chombo cha kumbebea.

(vii) Tumia kitambaa cha kufunga kichwani kushikilia mkono.

Baadhi ya Njia za Kutumiwa Unapopeleka Mgonjwa Mahututi Katika Kituo cha Afya

(i) KUMBEBA MGONJWA

Njia hii ni nzuri kwa jeraha lililotokea sehemu za chini za mwili au mgonjwa mahututi aliye na fahamu na ambaye anaweza kumshika yule mtu anayembeba.

(ii) MIKONO YA WATU WAWILI ILIYOSHIKANA PAMOJA

Njia hii inatumiwa kwa wagonjwa mahututi waliopoteza fahamu au wale ambao hawakuvunjika mifupa.

KUMBUSHO: Lazima ikumbukwe kuwa baadhi ya ajali za barabarani
(TANBIHI) hutokea mahali penye maji, k.m. daraja na mito. Mwalimu wako atakwambia kitu cha kufanya wakati ajali kama hiyo inapotokea.

Wakati gari linaposhika moto, baada ya ajali ya barabarani kutokea, pambana na moto kwanza. Mwalimu wako atakwambia kitu cha kufanya unapokumbwa na hali kama hiyo.

UTEKELEZAJI WA KANUNI ZA TRAFIKI

Polisi wa trafiki huimarisha usalama kwenye barabara zetu kwa kuongoza mienendo ya trafiki kwenye barabara zilizo na magari mengi, hasa katika miji mikubwa.

Polisi wa trafiki wanataka ushirikiano wa wale wanaotumia barabara ili kuhakikisha kwamba miondoko ya trafiki haina vizuizui

Kubeba watu wengi katika gari kunaongeza nafasi ya kutokea kwa ajali. Ili kuhakikisha kuwa kuna usalama wa abiria, polisi wa trafiki wanahakikisha kwamba magari yanabeba idadi ya abiria inayoruhusiwa. Madereva wanaobeba abiria kupita kiasi huwa wanashtakiwa kwa kosa hilo. Wakati mwingine polisi wa trafiki wanaweza kuwaomba abiria wa ziada kushuka chini na kungojea gari jingine. Kila mara jiepushe na kupanda au kuingia ndani ya gari lililobeba watu wengi kupita kiasi kinachoruhusiwa na bima iliyochukuliwa.

Tazama picha hizi.

Vizuizi vya barabara vinawekwa na polisi ili kuhakikisha kwamba ni magari yanayotakiwa kuwa barabarani peke yake ndiyo yanayotumiwa. Wao hukagua ikiwa gari lina leseni ya barabarani, lina bima na liko katika hali nzuri. Polisi hukagua ikiwa dereva ana leseni halali ya kuendesha gari. Ikiwa gari lina hitilafu fulani, dereva atashtakiwa.

Wao pia hukagua ikiwa gari linabeba abiria au mizigo iliyokubaliwa.

Toa sababu nyingine ambazo zinafanya vizuizi vya barabara kuwekwa.

Tazama picha hii.

Wakati ajali inapotokea, polisi wa trafiki wanaitwa kuchunguza chanzo cha ajali hiyo. Raia hufika mahali pa tukio la ajali ili kutoa msaada kwa wale waliohusika kwenye ajali. Raia wanatakiwa kushirikiana na polisi wakati wanapochunguza tukio la ajali. Kama mashahidi, raia wanatakiwa kupeana ujumbe kamili kuhusu ajali kwa polisi.

Usiogope polisi. Wako hapa kukusaidia, kwani wao ni watumishi kwa wote.

Ni kwa jinsi gani nyingine ambayo kanuni za trafiki zinatekelezwa?

Mwalimu wako atakwambia mengi kuhusu kanuni za trafiki.

SHERIA ZA TRAFIKI

Sheria za trafiki hujumuisha pamoja sheria zote zinazohusika na miondoko ya magari au watu kwenye barabara. Polisi wa trafiki hutekeleza sheria za trafiki.

Mambo Yanayotakiwa Kuzingatiwa Katika Kutekeleza Sheria za Trafiki

(a) HALI YA GARI

Kabla ya mwendeshaji gari kutumia gari kwenye barabara, sheria inamhitaji kuhakikisha kwamba gari liko katika hali nzuri ya kufanya kazi. Gari lazima liwe na:

(i) breki ambazo zinafanya kazi,

(ii) tairi nzuri,

(iii) vioo vya kutumiwa kwa kuendesha gari,

(iv) honi,

(v) taa na viashiria,

(vi) vidude vya kuondoa maji kwenye kioo cha mbele,

(vii) viakisi mwanga,

(viii) nambari za gari kuonekana vizuri,

(ix) kioo cha mbele,

(x) kisanduku cha Huduma ya Kwanza,

(xi) chombo cha kuzima moto,

(xii) kanda za usalama.

Gari ambalo halina mambo hayo yote kikamilifu si zuri. Kuendesha gari kama hilo si halali na dereva anaweza kushtakiwa katika korti.

(b) MAKALA YA TRAFIKI

Sheria inahitaji kuhakikisha kwamba gari linaloendeshwa lazima liwe na haya yafuatayo:

(i) lisajiliwe,

(ii) liwe na bima, na bima hiyo lazima ibandikwe kwenye kioo cha mbele,

(iii) liwe na leseni, na cheti cha leseni hiyo lazima kibandikwe kwenye kioo cha mbele,

(iv) dereva wa gari hilo lazima abebe leseni halali ya kuendesha gari,

(v) kuhusu gari la huduma kwa umma (PSV), dereva wake lazima awe na leseni ya PSV na utingo pia lazima awe na leseni ya PSV,

(vi) liwe na cheti cha ukaguzi wa magari ambacho lazima kiwekwe kwenye kioo cha mbele, likiwa ni gari dogo la uchukuzi wa mizigo, gari la kubeba watu au lori.

(c) WATU WENGINE WANAOTUMIA BARABARA

Sheria za serikali za mitaa zinataka mkokoteni uwe na leseni kabla ya kutumiwa kwenye barabara. Mkokoteni, kama gari lolote lile, lazima uendeshwe kwenye upande wa barabara unaofaa. Kuendesha mkokoteni kwenye upande wa barabara usiofaa kunatatiza watumiaji wengine wa barabara na kunaweza kusababisha ajali. Mwendeshaji wa mkokoteni lazima a jiepushe na kubeba mizigo ambayo inaweza kuzuia mtu kuona mbele. Jambo kama hilo ni hatari kwa watumiaji wengine wa barabara.

Mwendeshaji mkokoteni anaweza pia kushtakiwa kwa makosa ya trafiki.

Kila mara hakikisha kwamba baiskeli yako iko katika hali nzuri ya kufanya kazi, kabla ya kuiendesha. Kagua ikiwa baiskeli ina breki, kengele na viakisi mwanga. Tairi lazima ziwe katika hali nzuri.

Kuzingatia Kanuni za Trafiki Unapoendesha Baiskeli

Tazama picha hii.

Hapa Wanjala na Maimuna wanaendesha baiskeli zao kwenye upande wa barabara unaofaa. Kila mara endesha baiskeli kwenye upande wa kushoto. Wanjala na Maimuna wamesimama mahali penye taa za trafiki kwa sababu taa zinaonyesha mtu mwekundu. Watu sasa wanavuka barabara kwa sababu ni salama kwa wao kufanya hivyo. Wakati taa za trafiki zitaonyesha mtu kijani kibichi, Wanjala na Maimuna wataendesha baiskeli zao. Watu watasimama kuwapatia nafasi ya kwenda, yaani kuwapisha.

Wakati unapoendesha baiskeli, kumbuka kwenda polepole unapokaribia kivuko cha binadamu. Ikiwa kuna watu ambao wanataka kuvuka barabara, simama, ili kuwapisha au kuwapa nafasi ya kufanya hivyo. Kila mara weka maanani usalama wa watu wanaotembea kwa miguu wakati unapoendesha baiskeli. Piga kengele ili kuwatahadharisha watu wanaotembea kwa miguu.

Taja mahali pengine ambapo waendeshaji wa baiskeli wanatakiwa kuwapa nafasi watu wanaotembea kwa miguu.

Kila mara beba mtu mmoja tu kwenye baiskeli. Usibebe zaidi ya mtu mmoja. Jambo hili linaweza kufanya baiskeli kutokuwa na usawa, hivyo basi kuyumbayumba. Ni hatari kwako na kwa watu wengine wanaotumia barabara. Kumbuka kubeba mzigo ambao hauwezi kuzuia watu wengine wanaotumia barabara. Usibebe mizigo mizito na iliyo mipana.

Kila mara beba mizigo ya kiasi na uzito unaofaa kwa baiskeli.

Tazama picha hii.

40

Wanjala na Maimuna wanaendesha baiskeli zao wakifuatana. Hivyo ni salama kwao. Jiepushe kuendesha baiskeli mkiwa sambamba. Ni hatari kwako na kwa watu wengine wanaotumia barabara. Kumbuka kuwa nyuma ya mwenzako hatua kadhaa. Usiendeshe baiskeli karibu sana na gari. Gari linaweza kusimama kwa ghafla. Ni hatari kujaribu kupita magari. Wakati unapoendesha baiskeli kwenye barabara yenye magari mengi, kuwa mwangalifu sana.

Sasa Wanjala na Maimuna wako karibu kugeuka kuelekea nje ya barabara. Wanatumia ishara za mikono ili kuwajulisha watu wengine kile wanachokusudia kufanya. Usigeuke nje ya barabara bila kutoa ishara. Ni hatari kwako. Unaweza kugongwa na gari. Nenda polepole kabla ya kugeuka kuelekea nje ya barabara. Kumbuka kuangalia ikiwa barabara ni wazi kabla ya kugeuka. Jambo hili hukuhakikishia usalama wako.

Tazama picha hii.

Kumbuka kuvaa nguo zinazoakisi mwanga unapoendesha baiskeli wakati wa usiku. Hivyo huwa salama kwako. Waendeshaji wa magari watAweza kukuona. Jambo hilo hupunguza ajali za barabarani.

(e) MIFUGO KWENYE BARABARA

Sheria inahitaji kwamba mifugo isiwe kwenye barabara. Mifugo lazima iwe hatua kadnaa mbali na barabara. Mchungaji wa mifugo anapovuka barabara akiwa na mifugo, kitu ambacho anatakiwa kufanya ni kuhakikisha kwamba barabara ni wazi na kwamba haina magari. Mchungaji wa mifugo anaruhusiwa kuvuka barabara pamoja na mifugo mahali ambapo kuna alama ya kuonyesha kivuko cha mifugo. Mahali ambapo kuna alama kama hiyo, mwendeshaji gari anatakiwa kwenda polepole, endapo kuna mifugo yoyote inayovuka barabara. Ikiwa mwendeshaji gari atagonga mfugo, mwendeshaji gari atatakiwa kupiga ripoti kuhusu ajali hiyo katika kituo cha polisi kilicho karibu au kwa afisa wa polisi aliye karibu naye.

11 TAKWIMU ZA AJALI ZA BARABARANI NCHINI KENYA: 1963-1988

KAZI ZA KUFANYA

Talii ujumbe uliomo katika jedwali hili na kujibu maswali yanayofuata.

Mwaka	Idadi ya ajali	Idadi ya watu waliokufa	Idadi ya watu wenye majeraha mabaya	Jumla ya watu wenye majeraha madogo	Walio husika
1963	3578	548	1176	3060	4784
1968	4511	670	1472	3457	5599
1973	6789	1402	3386	6209	10997
1978	6956	1588	4269	6589	12446
1988	8023	1515	5017	8509	15041

1. Ni katika mwaka gani ambapo kulikuwa na idadi kubwa ya watu waliokufa?
2. Ni mwaka gani uliokuwa na idadi kubwa ya watu waliojeruhiwa?
3. Ni sababu zipi ambazo hufanya ajali za barabarani kutokea?
4. Unafikiri ni kwa nini idadi ya ajali za barabarani imeongezeka tangu mwaka wa 1963?

Toa mapendekezo yako kuhusu jinsi ya kupunguza ajali kwenye barabara zetu.

12. HITIMISHO

Idadi ya watu wanaokufa kila mwaka nchini Kenya kutokana na ajali za barabarani ni kubwa mno, kiasi kwamba ni lazima kila mtu ahusishwe, kwa njia moja au nyingine, katika kulitafutia tatizo hili suluhisho. Wazee kwa vijana, wanakufa au kujeruhiwa vibaya sana kila siku, na jambo hili linafanya uchumi wetu kutosonga mbele, kwani wakati mwingi utakuta kwamba wale wanaohusika walikuwa wakitoa mchango mkubwa katika kuimarisha pato la nchi.

Ili kuhakikisha kwamba tatizo hili limeshughulikiwa ipasavyo, mambo fulani yanayohusu usalama barabarani yameangaziwa kwa lugha nyepesi ya kueleweka kwa wale watakaosoma kitabu hiki. Isitoshe, kuangaziwa kwa mambo haya peke yake hakutoshi, bila kutekeleza mada zilizomo kwa vitendo. Tusisome mada hizi kwa lengo la kusoma tu, bali tuwe walimu kwa wenzetu ambao hawakubahatika kwenda shule, la sivyo tutakuwa tukikwepa wajibu wetu kwa jamii na hata kutofanya chochote kuokoa maisha yenye thamani.

Mwito wetu sasa uwe, PUNGUZA AJALI BARABARANI kwa madereva, abiria, watembeaji kwa miguu, wenye magari na hata kwa serikali yenyewe, kuhusu haja ya kuimarisha usalama kwenye barabara zetu. Tunaamini kwamba tukishirikiana, tutashinda vita hivi, kwani ajali hazitokei tu zenyewe, husababishwa na binadamu, kama mimi na wewe.

Kimetolewa na Phoenix Publishers Ltd. S.L.P. I S650 - 00500 Nairobi na kimepigwa chapa na Starbright Services Ltd. S.L.P. 66949 - 00200 Nairobi